AF483981

பேய்த்திணை

பேய்த்திணை

மௌனன் யாத்ரிகா

பேய்த்திணை
Peithinai © 2019 Mounan Yathrika

First Edition : 2006
First Edition by Ezutthu Prachuram : September 2019
(An imprint of Zero Degree Publishing)
ISBN: 978-93-88860-08-6
Title No. EP: 66

All rights reserved. No part of this publication may be reproduced, stored in a retrieval system, or transmitted, in any form or by any means, electronic, mechanical, photocopying, recording, psychic, or otherwise, without the prior permission of the publishers.

Zero Degree Publishing
No. 55(7), R Block, 6th Avenue,
Anna Nagar,
Chennai - 600 040

Website : www.zerodegreepublishing.com
E Mail   : zerodegreepublishing@gmail.com
Phone   : 98400 65000

Cover Art : Saravana Kumar

Layout : Creative Studio

சமர்ப்பணம்
கவிஞர் வெய்யிலுக்கு...

முதல் பதிப்பின் முன்னுரை

தனிமையின் பேரமைதிதனை மௌனங்களால் நிறைவு செய்ய முடியாததபோது என் கவிதைகளுக்கான சூழல் ஏற்பட்டிருக்கலாம்.

புராதனக் கோயிலினுள்ளே எப்போதுமே கேட்டுக் கொண்டிருக்கும் பறவைகளின் சிறகடிப்பைப்போல் எனக்குள்ளேயே இனம் தெரியாமல் கிடந்த காதலின் வலிகளையும் கனவுகளையும் யாத்ரீகத் தேடலையும் அதிதமுற்ற காமத்தையும் தோல்விகளையும் ஏதும் செய்ய முடியாததபோது என் கவிதைகளுக்கான பின்னணி அமைக்கப்பட்டிருக்கலாம்.

எது எப்படியாக இருப்பினும் படைப்புக்கான சரியான இலக்கை அடைகிற வகையில் என் கவிதைகள் முன் வந்திருக்கின்றனவா என்பதை அனுமானிக்கும் திறன் வாசகர்களுக்கே உண்டு.

பேசப்படாத எவ்வளவோ விசயங்கள் ஒவ்வொருவருக்குள்ளும் இருக்கின்றன. இந்தக் கவிதைகளை மொத்தமாக வாசிக்கும்போது என்னுடைய அகச்சாயல் நிறையவே இருக்கும். இது, என்னைப் பொறுத்துவரை மிக முக்கியமென்றே கருதுகிறேன்.

படைப்பின் எழுச்சியையும் வீழ்ச்சியையும் அந்தப் படைப்பே தீர்மானிக்கிறது. ஒருவரின் தன்னுணர்வு மட்டுமே அதிகம் இடம்பெற்றுவிடுவதை வீழ்ச்சியாகக் கொள்ளமுடியாது. வேண்டுமானால், படைப்பாளன் அதனைத் தனது மொழியின் போதாமையாகப் புரிந்து கொள்ளலாம்.

பழக்கப்பட்டுப்போன கவிதைக்கான புரிதல்களையே பிற படைப்பாளர்களின் கவிதைகள் கொடுக்க வேண்டும் என்பது நவீன

கவிதை இலக்கியத்தைப் பின்னுக்குத் தள்ளும்.

விளக்கம் கூறமுடியாத வியப்பைத் தக்கவைத்துக் கொள்ளும் நவீன கவிதைகளுக்கு மத்தியில் எனது தொகுப்பும் வெளிவருகிறது.

வாசிக்கும் தருணங்களில் வியப்பும், ஏன்; சில கணங்களில் சலிப்பும் கூட ஏற்படுத்தலாம் என் உணர்வுகள்.

வியப்பின் உச்சத்துக்கும், சலிப்பின் பள்ளத்துக்கும் போகாமல் இரண்டுக்குமான இடைவெளியில் நின்று பிரவகிக்கும் ஆற்றல் கவிதைக்கு உண்டு. அது, என் கவிதைக்கு உண்டா என்பதை வாசகர்களே சொல்ல வேண்டும்.

பேரன்புடன்
மௌனன் யாத்ரிகா

இரண்டாம் பதிப்பின் முன்னுரை

பேய்த்திணை வெளியாகி ஏறத்தாழ பதிமூன்று வருடங்கள் ஆகிவிட்டன. இப்படியொரு கவிதைத் தொகுப்பு உள்ளது என்பதே என்னையும் சேர்த்து பலருக்கும் மறந்து போயிருக்கும்.

ஒரளவு கவனம் பெற்ற எழுத்தாளனாக ஆவதற்கு எனக்கு பத்து வருடங்கள் ஆகிவிட்டன.. 2006க்கு பிறகு மீண்டும் நான் 2016ல் தான் எழுத்தின் மீது நெருக்கம் கொள்கிறேன். இடைப்பட்ட ஆண்டுகளை தனிமையின் நூறு ஆண்டுகள்(இரண்டு பூஜ்யங்கள் இலவச இணைப்பு) என்று பின்னாளில் எழுதிப் பார்த்துவிட வேண்டியதுதான்.

பேய்த்திணை என்று எனக்கொரு அடையாள அட்டை இருக்கிறதென்று என்னுடைய நூல்கள் வெளியிடும் நிகழ்வுகளில் எப்போதும் நினைவுபடுத்துவது நண்பர் வெய்யில்தான். அவருக்கு இந்த இரண்டாம் பதிப்பை சமர்ப்பணம் செய்துவிடலாம் என்று நினைக்கிறேன்.

தம் வாழ்வையும் நிலங்களையும் பொருளற்ற சுகத்திற்காக அடமானம் வைத்த அப்பாவி மற்றும் அடப்பாவி மனிதர்களை நினைக்கும்போதெல்லாம் எழுதத்தூண்டும் பேருணர்ச்சிகள் இப்போது வருகின்றன. பேய்த்திணை வந்தபோது அப்படியெல்லாம் ஒன்று தோன்றியதில்லை. அது தன்னைச் சுற்றிய வட்டத்துக்குள் ஒளிர்ந்த வாழ்வையும் கணங்களையும் கொண்டிருந்தது.

இலக்கியம் என்பது எழுதுபவன் வாசிப்பவன் என்ற இரண்டு புள்ளியிலும் இருப்பவர்களிடத்தில் குறைந்தபட்ச மனித மாண்பை உருவாக்க வேண்டும் என்று விரும்புபவனாக இருக்கிறேன். 'பசிக்கு

உண்ண முடிகிற கவிதைகளை எழுதுவேன் என்று சொல்லும் என் நண்பனின் இடத்தில் எழுதுகிறவர்களும், யாதும் ஊரே யாவரும் கேளிர் என்ற கணியன் பூங்குன்றனின் இடத்தில் வாசிப்பவர்களும் இருக்க வேண்டும் என்று விரும்புகிறேன். இதைக் கொஞ்சம் கவனம் கொண்டால் உலகம் மட்டுமல்ல எழுத்தும் உயிர்ப்புடன் உய்யும்.

பேரன்புடன்
மௌனன் யாத்ரிகா

மல்லிகை நிகழ்வுகள்

திடீரென்று முகம் தடவிப் பறக்கும்
வண்ணத்துப் பூச்சியைப்போல்

பால் வாடை மாறாத
குழந்தையின் முத்தத்தைப்போல்

காது குடையும்
பறவை இறகைப்போல்

முன்னெப்போதும் பார்த்திராத பெண்ணின்
அழகான கண்களைப் போல்

பயணத்தின்போது கேட்கும்
பாதையோரப் பாடலும்
ஏதோ ஒன்றைச் செய்யத்தான் செய்கிறது.

கணம்

இருளை அகற்ற
மெழுகுவர்த்தி ஏற்றி வைத்தேன்
அந்த வெளிச்சத்தில்
ஒரு கவிதை எழுத முடிந்தது என்னால்

காற்றில்லை,
மெய் என்னைப் பால்கனிக்கு நகர்த்தியது

எப்போதும் தன் தலையைப்
பால்கனிக்குள் நுழைத்துக் கொண்டிருக்கும்
மாமரத்தின் ஓர் இலையைப் பிடித்து
முகத்தில் தடவினேன்
அனிச்சையாய் அப்படியொரு பொருள் கொடுத்தது
என் கவிதை.

நதிகள் இயற்றும் இசைக்குறிப்பு

நிசப்த அலைகளினூடேதான்
கனவுகள் கண்களில் பிரவேசிக்கும்

ஒளியற்ற அதன் நுழைவு
தூக்கத்தைக் கலைக்காமல்
மனசெங்கும் பரவும் ரகசியம் இனிது

பறவைகளின் உரையாடல்
நதிகள் இயற்றும் இசைக்குறிப்பு
காற்று பற்றிய மகரந்தங்களின் கவிதை
நிலவில் படியும் மயிலிறகு

புதியன அறிமுகம் செய்யும்
கனவுகள் சாமத்துப் பால்.

தோழிமார் நிலம்

ஊடல் நிலமெங்கும் வளவி ஒலிச் சிதற
கொடியிலிருந்து உதிரும் மண்ணில்
நிலத்திற்குரிய தேவதைகளில்
ஒருத்தியாகிய உன் வாசமும்
காடெங்கும் கடலை வாசமும் நிறைந்திருக்கும்

அந்தி சிவக்கும் வரை தோழிமார் கதைகளில்
நீயும் கதை சொல்வாய்

உப்புப் பூத்த உன் கழுத்து வியர்வை
என் உணர் நீட்சிகளில் சுவை நீட்சியின் மீது
தாகத்தை ஏவி விடும்
கறுத்த உன் உடம்பு கரிக்கும்

ஆய்ந்து முடித்து
பெண்டுகளோடு நீ சென்ற பிறகு

குறுக்கொடிய நீ
அமர்ந்த இடத்திற்கு வந்து பார்ப்பேன்

எனக்காகவே இனிக்கும் பிஞ்சுகளும்
உரித்துத் தின்ற கடலைத் தொளும்புகளும்
மிஞ்சிக் கிடக்கும்.

ஊடலுற்ற கனவு

எனது செல்லப் பிராணியாக
மயிலிறகு இருந்த காலத்தில்
பால்புட்டியாக மனசு மாறிவிட
ஒவ்வொரு நாளும் திருப்பிப் பார்ப்பேன்
புத்தகத்தின் கர்ப்பப் பக்கங்களை
குட்டி இல்லாத வெறுமை மிஞ்சும்

ஒன்று பத்து நூறு என்று
பக்கங்களின் முடிவில் பிடித்தப் பெயரெழுதும்
என்னைப் போலவே ஏமாற்றும் இந்த மயிலிறகு
எதிர்பார்த்திராத ஒரு நாளில்
குட்டிப் போட்டு அசத்தும்

பிஞ்சுப் பருவத்தின்
சின்னக் கனவுகளுள்
நான் ஊடலுற்ற கனவு இது.

தூது இலைக் காலம்

வலுத்த மழை வந்தால்
நம் வீதி நதியாகும்

பெயரெழுதி எண்ணம் எழுதி
இலைவிடு தூது நிகழ்த்தியிருக்கிறோம்

ஞாபகமிருக்கிறதா?
இதுவும் அந்த மழைக்காலம்தான்
தூது இலைகள் தளிர்விட்டிருப்பதை
ஒருமுறைப் பார் என்கிறேன் நான்

இலைகள் சருகாகட்டும்
என்பதாக இருக்கிறதுன் மௌனம்.

நேர்தல்

புலம்பெயர்ந்து மென் மலர்களைச் சுகிக்கின்ற
வண்ணத்துப் பூச்சிகளுக்காக
ஒற்றைப் பறவை கூடு கடந்து சிலிர்க்கிறது

தூரத்தில் எங்கோ ஆதி இசையை ஒப்பித்தபடி
சலசலக்கும் காட்டாற்றில்
எதிர் திசையில் பயணப்படும்
குயிலின் பாடல் அலை உண்டாக்குகிறது

மின்னலைத் தேடும் வாழ்க்கையில்
நிர்மூலமாகிவிடும் வானவெளியில்
விசையுடன் கூடிய பறத்தல்
என் சிறகுகளுக்கு நீ தந்த
வேனிற்கால அன்பளிப்புதானே.

சொடுக்கு

விரல்களுக்குத்தான் தெரியும் அந்த இன்பம்
சிறுவயதில் தலை கோதியும் கதை சொல்லியும்
வராத தூக்கத்தை
சொடுக்கெடுத்து வரவைப்பாள் பாட்டி

கால் நீட்டச் சொல்லி
அம்மா எடுத்தச் சொடுக்குக்கு அளவில்லை

எருக்கம் பூக்களில்
சொடுக்குப் போட்டி வைத்தால்
ஜெயிப்பேன் நான்

பேனா பிடித்தே மரத்துப்போகும்
விரல்களுக்கு இப்போதெல்லாம்
சொடுக்கெடுப்பதில்லை.

விரலைப் பிடித்து வேறு யாரேனும்
எடுத்து விட்டால்தான் சொடுக்கில் சுகம்
ஏக்கம் சொடுக்கெடுக்குமா?

அனிச்சை

வானம்பாடியின் பின் பறக்கிறாய் நீ
உனை நோக்கி மழையை
மடைத் திருப்புகிறேன் நான்

இலையுதிர் காலங்களில் என் மரத்திற்கு விரையும்
பறவைகளின் வருகையை
உதிர்ந்த சருகுகள் இசையெழுப்பி வரவேற்கும்

நானும் எனைச் சார்ந்த பிறவும்
பிறர் அறிமுகம் செய்யும் உலகத்தில்
தேவதைகளின் ஏவலாளிகளாக இருக்க
சம்மதம் பெற்றிருக்கிறோம்.

முறைமையில் திரிந்து

கார்த்திகையின் இரவொன்றில்
மருதாணி அப்பிய காந்தளோடு
விழித்துக் கிடந்தேன்

கூந்தல் கலைத்து உயிர் வதைக்கும் சந்தன வாசம்
புலி சிங்கம் யானையாய்ப் பயமுறுத்த
தூரத்துக் குன்றில் பறவையொன்று
துணைக்கிருந்து பயம் தீர்த்தது

குறிஞ்சி மலர்த்தும் வைகறையில்
தேன் பிசுபிசுக்கும் கைகளோடு கதவு தட்டினாய்
கண்களில் படர்ந்திருந்த பசலைக் கசக்கி அழைத்தேன்

அலைந்த சோர்வைத் தூங்கிக் கழித்தாய் நீ
தித்திப்பு ஊறிய உன் கையில்
மொய்த்துக் கிடந்தேன் விடியும் வரை ஈயாய்.

காரண மழை

பிறிதொான்றின் மேல் சாற்றும்போதும்
உணர்வுகள் எல்லாம்
நதியில் படியும் நிலவென்பதாகவே இருக்கின்றன

பட்டாம்பூச்சிகள் விரும்பக்கூடியது என்றொரு
இசைக் குறிப்பை என்னிடம் தந்தாய்

என் புல்லாங்குழலிலிருந்து
நீ இயற்றிய கவிதை இசையாய்க் கசிகிறது

முன்பொரு மழைநாளில் அப்படித்தான்
தரையில் விழுந்து சிதறும் மழையில்
குடை பிடித்துக் கொஞ்சம் நனைந்தாய்

சொட்டச் சொட்ட தூரத்தில் நின்று
நனைந்த என்னைப் பற்றி
தோழியிடம் சொல்லியிருக்கிறாய்

"சாலைகளெங்கும் குடைக்காளான்கள்
பிடித்து வரக்கூடாதா அவன்."

அஞ்சல் காலம்

தோட்டம் வழிய வழிய
பூக்கள் வளர்த்து வை
நான் வளர்க்கும் தேனுண்ணிகள்
கடிதங்களாய் வந்து குவியும்

பூக்கள் மட்டுமே வளர்க்கக் கூடிய
என் தோட்டத்தை
அஞ்சல் நிலையமாக்கினேன்
ஒரு நாளைக்கொரு பூ
தன் இதழ்களை இழக்கிறது

உன் கடிதங்களில் ஒன்று கூட
என் சேமிப்பில் இல்லை
இனிமேல் எந்தக் கடிதத்தையும்
பறவையாய் அனுப்பாதே
என் தோட்டம் கூடற்றது.

பாலைச் சொல்

என் உள்வெளிப் பாலையில்
சுடு மணல்கள் அழுந்த
பயணப்படுகிறதுன் நிழல்

தகித்தலை உணரும்
நீட்சிகள் முளைக்கிறது உனக்கு
நிழல் ஒதுங்கிறது உன் நிழல்

வெப்பக் காற்று வீசி வீசியடிக்கும்
என் நிலத்தின் பச்சையங்களில்
உயிர்ப்பற்ற வெறுமையைப் பார்க்கும்
எனக்கென்ன ஆறுதல்?

பிரிவு காலக் காட்சிகள்

காடு நெடுக உதிர்ந்த சருகுகளின் இசையாதிக்கம்
கோட்டோவியங்களாய்ப் படிந்த நிழல்களில்
துாரிகைகள் சேகரித்துக் கொண்டு
வெள்ளைத் தேவதைகளின் நடமாட்டம்

உச்சி தேடியமர்ந்து கூவுகிறது பாட்டினம்
சிறுசிறு பாறைகளின் பின் தேங்கி நிற்கின்றன
ஆதிகாலந்தொட்டு ஓடும் நீர்நிலைகள்

பிரிவு காலத்தில்தான்
பார்க்கத் தவறிய நிகழ்வுகள் எல்லாம்
இப்படி அனிச்சமாய்த் தென்படும்.

சிற்றில் 1

ஏதோவொரு மழைக்குப் பின்
முதன் முதலாய்
மணல் வீடு கட்டியதாய் ஞாபகம்

காலம் சில பின்னோக்கிப் புதைகையில்
கால்சட்டைப் பையிலிருந்து
மணல் துகள்கள் உதிர்கின்றன
அத்தனையும் கால்களால் கட்டிய வீடுகள்

எதிர் வீட்டுத் தோழனிடம்
பாதம் புதைக்கச் சொல்லி
கைகளால் நான் தட்டிச் செய்த வீட்டில்
மறுநாள் தேங்கியிருந்த மழைநீர்
இப்போதும் சில்லிடுகிறது.

சிற்றில் 2

அப்போதெல்லாம் பச்சையங்களிலும்
பச்சைக் குழந்தைகளிடமும்தான்
மழைத் திவலைகள் சேரும்

மேகம் பெய்வதற்கான முனைப்பில் நின்ற ஒருநாள்
செறுவிளைப் பூத்துக் கிடக்கும் ஊர்ப் புறவெளிகளில்
பட்டாம்பூச்சிகளிடம் மன்றாடிக் கொண்டிருந்தேன்

விரல்களில் வண்ணங்கள் பதிவு செய்யாமலேயே
வீட்டுக்கு மழை விரட்டியது
தலைத்துவட்டும்போது அம்மா சொன்னாள்:
'தலையெல்லாம் மணல்'

அம்மாவுக்கும் தெரியும்
கட்டிக் கலைத்து
கலைத்துக் கட்டி
எத்தனை அழகான தேடல்கள் மணல் வீடுகள்!

முகம்

பயணிக்கிறேன் என்கிற பேரில் ஓடுகிறேன்
திசைகளை விழுங்கிக் கொண்ட காலத்திடம்
யாசிக்க மனமின்றி தேடத் துவங்கிய நாளிலிருந்து

தொலைந்து போவதற்கு சம்மதம் என்று
கையொப்பமிட்ட கடிதமாய்
என் நாட்கள் ஒவ்வொன்றும்

இத்தனை வயதிற்கப்புறம்
புதிதாய் மாற்றிக்கொள்ள முடியாத முகத்தை
பதிவு செய்ய விழையும் போதெல்லாம்

சுயம் இருப்பதாகச் சொல்லி
மறுத்து அனுப்புகின்றது உலகம்
என் முகத்தை

என் முகம் என்ன விலைக்குப் போகும்
இன்னொரு முகம் வாங்க?

மெய்யுறும் வலி

தேடல் துவங்கிய பிறகுதான்
எதிர் கொள்வதற்கென்று
நிறைய சந்திக்கக் கிடைக்கின்றன

அத்துவானமாய் இருந்த நாட்களில்
சுகித்த தனிமைகளே சுகமென்றாகியது

நிரம்பிக் கொள்வதற்கான
வரவேற்புகள் எல்லாம்
பிம்பம் படிந்த கனவுகளாகத் தோன்றும் மாயம்

இருந்தும்
என்னைத் தேடியெடுக்கும் வலியை
விரும்புபவனாக இருந்து விடுவதில்
ஏற்படுகிறது ஏதோவொரு சுகம்

கிளை விடுதல்

மகிழ்வு தரும் உணர்வுகளையெல்லாம்
என்னிடமிருந்து அபகரித்துக் கொள்ளும் உலகம்
எச்சமாய் என்னை எங்காவது போடும்

விழுகிற இடம் எதுவாக இருப்பினும்
அந்த இடத்தின் சூழலை
எப்போதும் போலவே ரசிக்கிறேன்.

பேய்த்திணை

நிறைய மாற்றத்திற்குப் பிறகு
என்னுள்ளிருந்த இழையயவிழ்ந்து
நீ வசிக்கும் நிலமெங்கும்
படர நேரிட்டதே அப்போதுதான்
வந்ததிந்த இச்சை அணுக்களில் இலை

இருந்தும் என்னை நீ
குடிநீருக்குக் கையேந்துபவனாகவே வைத்திருக்கிறாய்
தரம் தாழ்த்தும் உன் பார்வையில்
உயர்குடிக் கர்வம் குறையவேயில்லை

பாதகத்தி உன் பூப்புக்குக் கட்ட
கீற்றுக்கு ஏறிய தென்னை மரத்தில்
என்னை அடையாளப்படுத்திக் கொண்டிருக்கும்
அன்றைய அவசர மூச்சும்
அன்று தேய்ந்துபோன என் நெஞ்சுக்கூடும்

பதினாறு நாள் உன் ருதுவாடைக்கு
ஏங்கித் திரிந்த பேய்க்காற்று.

கனாத்துறை

இப்போது சில நாட்களாய் என் நிலமெங்கும்
நதியோடிய அடையாளங்களோடு
நிகழ்ந்தபடியிருக்கிறது ஒரு கனவு

விழித்தெழும்போதெல்லாம்
வெளிப்புறத்து மரத்தில்
பறவையொன்று படபடக்கிறது

சன்னல் திறந்து காற்றை அனுமதிக்கும்போது
கனவுக்கான விளக்கத்தோடு
உள்ளே படிகிறது நிழல்.

இருத்தல் பற்றிய சோகங்கள்

உன் தோட்டத்திலிருந்து
என் பட்டாம்பூச்சிகள் விடைபெறும்போது
மழைச்சொரியும் அற்றை வெண்மேகம்

முற்றத்தில் கட்டிய கொடிக்கயிற்றில்
தூவானத்துளிகள் நகரும்

அவசரமாய் வந்து ஆடைகள் எடுப்பாய்
மறுமுனையில் போய் வீழ்வேன் நான்

மழைநின்ற பிறகும் குடை கொண்டு செல்கிறாய்
சாலையோர மரங்களில்
செடிமழையாய்க் காத்திருந்த நான்
பூமியில் உதிர்ந்து புதைகிறேன்

பயணப்படும்போதெல்லாம்

இறங்குவதற்கான நிறுத்தம் வருகின்ற தருணம்
நகர்ந்த மரமொன்றில்
அமரத் தவிக்கும் பறவையொன்றும்
அடர் சிவப்பு மலர்களும்
வேனிற்கால அன்பளிப்பாய் கண்ணில் விழுந்தன

சன்னலின் வழியே பார்த்தேன்
பின்னுக்கு மறைந்து போயிற்று யுக அழகு
எனக்குள்ளிருந்த பிரபஞ்ச மௌனம்
எங்கோ கலைந்து போயிற்று

தேடலின் முடிவில் சேர வேண்டிய இடம் வரும்போது
ஏதோ ஒன்று மீண்டும் பயணப்பட வைத்துவிடுகிறது.

அலை தேடி அலைகிறேன்

நீரில் பயணம்
அலைகளுக்காகவே பிடிக்கும்
உருண்டு உருண்டு விலகும்
சின்ன அலைகளை நீரின் இடுப்பு என்பேன்

நிறைய வண்ணங்கள் உள் நுழையும்
சலனம் மிக அழகாக இடங்கொடுக்கும்
அசையும் அதனோடு அசையும்
என் பிம்பம் பார்ப்பதில் சுகம்

நீரில் நீந்தும் பறவையாய்
தண்ணீர் உரசும் கரையில் ஒரு மரமாய்
சதா பயணப்படும் படகாய்
ஏதேனும் ஒன்றாய் இருக்க வேண்டும்.

தேடல்

நதி நீரில் ஓடும் மீன்களின் கனவுகள்
அலைகளால் பொருள் பெறும்

இசையைப் பொருளாகக் கொண்டு
கழங்கு கற்களாய் உருளும் என் கனவுகள்
புரிதலுக்கு அப்பாற்பட்ட சிதிலமாகவும் இருக்கலாம்

திசை தெரியாமல் என்னுள் பயணப்படு
வசப்படக் கிடைக்கும்
உனக்கேனும் என் நதி வாழ்க்கை.

ஒரு மழை நாளில்

பெய்வதற்கான முனைப்பில் மேகம்
உணர் நீட்சிகள் சிலிர்ப்புற
திசைகளைத் தேர்ந்தெடுத்து பறந்தன தும்பிகள்

தனித்து நின்ற பூக்காட்டில்
எனக்கான கவிதையை
அள்ளி முடித்து எழுவதற்குள்

ஒவ்வொரு மொக்குகளாய்
அவிழ்க்கத் தொடங்கியது மழை

மழையிலிருந்து சிதறிய
இசையைக் கேட்டபடி
காளான்கள் குடைப் பிடிக்கும்
சாலையில் நடந்தேன்

எதிர்படும் மனிதர்களிடம்
விதவிதமாய்க் குடைகள்.

பதிவான ஈரப்பதம்

இயல்பைச் சிதைக்கும் ஒரு மழையில்
உள்ளிருக்க முடியாதவனாய்
சன்னல் தாண்டி நனைந்தேன்

மேகம் கவிந்து ஈரம் உலராத
நெடுநேரப் பயணம்

காற்று கொண்டுவந்து போட்ட
மஞ்சள் நிற ஈரச்சிறகில்
அனிச்சையாய் ஒட்டிக்கொண்டது கண்

என் இருக்கையில்
மழைக்காலத்துப் பறவைகளின் இறகுகளால் செய்த
அலங்கார பொம்மை ஒன்றும்
மழை பற்றிய கவிதைப் புத்தகம் ஒன்றும்
வாசிக்க ஆளின்றி விறைத்துக் கிடந்தன.

இருத்தலுக்கு நிகரான உணர்ச்சிகள்

தூரத்துக் குயிலின் பாடல்
நதியில் புரளும் ஆதிகால இசை
காற்றற்ற வெளியின் வெப்பம்

கவிதையற்று யாதிருக்கிறது?

கடற்கரைக் கிளிஞ்சல்
அதில் கேட்ட கடலின் மூச்சு
படித்த முதல் புத்தகத்தில் எடுத்த குறிப்புகள்
முகப்பரு கிள்ளிய முதல் நாள்

எப்போதாவது ஞாபகங்கள் மொட்டவிழ்க்கும்போது
எடை குறைந்து பறவையாகலாம்

மறுத்தலில் கிடைக்காத காதல்
கடைசியாய் வாங்கிய அப்பாவின் அடி
குறிப்பிட்ட வயதில் நின்றுபோன அம்மாவின் முத்தம்

இருத்தலுக்கு நிகரான உணர்ச்சிகள்.

ஆதிமொழி

பெண்ணின் உடல் மொழியைக்
கேட்க நேர்கிற போதெல்லாம்
உடலின் புனைவுகளான வெட்கமும் காமமும்
காற்றென அலைவுறுகென
ஆண் உடல் பாவம் நிகழ்த்துகிறது

இரை கொள்ளும் நுகர்வு செத்த நீட்சிகள் சில
உயிர்ப்புறும் முயற்சியில்
புலன் வெறிக்கும் இழிவு நடக்கிறது

இயங்கும் கனவுகளின் சிதைவுகளையும்
உள்ளிருக்கும் தேவதையுணர்வுகளின் விசும்பல்களையும்
ஆண் உடல் அறிய மறுக்கிறது

கேட்டுக்கொண்டிருந்த எனதுடல்
ஓடிப்புதைந்த உணர்வினைப் பிதுக்கிச்
சாவெனச் சொல்லியது

உடன்படாத பருவம்

பனி மூடிக்கிடக்கும் தாவரங்களை
மின்மினிப்பூச்சிகள் தேடிப்பிடித்து விளையாடும்
ஊடல் நிலத்துத் தலைவியின் உணர்நீட்சிகளில்
வெப்பத்துக்கு ஈடான காமத்தை
ஏவிவிட்டுக் கொண்டிருந்தது நிலவு

வண்ணத்துப்பூச்சியொன்றின் சுகிப்புக்கு
வண்ணத்துப்பூச்சி இரையாகும் காலத்தை
தனித்து நிற்கும் பூக்களெல்லாம்
சபித்தபடி கூம்பிச் சிதையும்.

பட்டாம்பூச்சிகள் பற்றிய குறிப்புகள்

1.

எல்லா வண்ணத்துப்பூச்சிகளுக்கும்
என் கட்டுப்பாட்டிலிருந்து
விடுதலைக் கொடுத்தபிறகு
அழகழகான பூங்கன்றுகளுடன்
எதிர் வீட்டுக்கு குடிவருகிறார்கள்

2.

மன்றாடிப் பிடிக்கும் வண்ணத்துப்பூச்சிகளிடம்
தோற்றதுதான் அதிகம்
பறந்தபடி புணர்வு நிகழ்த்தும்
இவைகளின் பாலுணர்வு
பச்சையங்களில் பதிவாகியிருக்கும்

பாவம் ஒன்று

சிறகுகள் வேண்டுமெனும் தாகத்தை
பறவைகளிடம் தணிக்க முடியவில்லை
வண்ணத்துப் பூச்சிகளுக்காக
பூக்களில் பொறி வைக்கிறேன்

தோட்டம் பாவங்களால் நிரம்புகிறது.

பாவம் இரண்டு

ரட்சிக்கப்பட்ட மனிதர்களின் பாவங்கள் அனைத்தையும்
நீ என்னிடம் யாசிக்கும் அருளாக
உன்னிடம் ஒப்படைக்கிறேன் என்றான் தேவன்

அவன் சமர்ப்பித்த பாவங்களை
மிஞ்சக்கூடிய பாவமொன்றைச்
செய்யத் தயாரானேன் நான்.

பாவம் மூன்று

உட்சலனமுறும் மனதைக்
காமுறச் செய்யும் சிற்பங்களின்
அதீதத்தைப் படைத்தவனின் உளியில்
குழைந்துக் குழைந்து விளையாடிய
யுவதிகளைப் பற்றிய கதையில்
பறந்தபடி புணரும் வண்ணத்துப் பூச்சிகளும்
பாத்திரம் வகிக்கின்றன.

தவிப்பு

கோடைக் கடந்தவொரு கார்காலத்தில்
வெள்ளைப் பூக்களை அவிழ்த்தது முதல் மழை
குடையைப் பற்றிய ஞாபகங்களற்று
ஆடை மீறி ஆவி நனைந்தேன்

காத்திருக்கும் தருணங்களில்
பிரிவைப் புதுப்பிக்கும்
தனியாய்ப் பறக்கும் பறவை

கொடியசைப்பவர் இல்லாத
ரயில் நிலையமாய் நின்றிருப்பேன்
நீ வருவதற்கான சூழல் கடந்த பிறகு
வழி தவறிய பயணியின்
தவிப்புகளாக இடம் பெயர்வேன்.

பற்றும் தீ

0

அமர்ந்த பறவையின் அதிர்வில் உதிர்ந்த
காய்ந்த இலையின் பச்சைப் பருவம்
கூடுகள் இருந்த கிளையில் கழிந்தது

0

மரத்தின் சருகும்
மரத்திலமர்ந்த பறவையின் இறகும்
ஒரே நேரத்தில் உதிரக் கண்டால்
எதனுள் சென்று இதயம் படியும்

0

ஒவ்வோர் இலையிலும்
காற்றின் கவிதை இருக்கும்
சருகுகளில் தீ வைத்தால்
இசை பற்றிக் கொள்ளும்.

கனவுகள் ஒர் அனுபவம்

சிறகை இழக்க முடியாதவனாய்
தேவதையிடம் மண்டியிட்டுக் கதறுகிறேன்
நிலத்தின் முகடுகளில் தெறிக்கும்
என் இரத்தலின் குரலில்
பெண்மையின் அதீதம் வளர்த்துவிட்டிருந்த காமம் வழிகிறது

அனுபவங்களற்றதாய் இருக்கும் இத்தகைய கனவுகளை
நாட்குறிப்பில் பதிவு செய்து வாசித்துப் பார்க்கிறேன்

அதுவோர் அனுபவமாகிவிடுகிறது.

கற்க கசடற

ஒவ்வொரு ரயில் பயணத்தின்போதும்
சன்னலோரத்து இருக்கையில் அமர்கிறேன்

நெரிசல் மிகுந்த நாட்களில்
இறங்கி ஏறிக் கொண்டிருக்கும்
பயணிகளுக்கு மத்தியில்
கிடைக்காத சன்னல் கிடைக்கும்

கற்கக் கற்றிருக்கிறேன் இயற்கையை

நிலவெளியை நூலகமாய்க் காட்டுகிறது பயணம்
இருந்தும் நான் வாசித்திராத புத்தகமாய்
சக பயணி இருந்து விடுகிறான்.

எழுதாத கவிதைகள்

இலைகளிலும் பூக்களிலும்
வண்டுகளின் ரீங்கார சத்தத்திலும்
விஞ்சும் பறவைகளின் அலகுகளிலும்
பச்சைக் காலத்தின் ஒவ்வோர் உயிர்களிடத்தும்

எழுதாமல் அப்படியே விட்டுவிட்டு வந்துவிடுகிறேன்
சில கவிதைகளை
அதையெல்லாம் யார் தேடிப் பார்த்திருப்பார்கள்?

நிலாவே வா

உச்சியில் நின்று நிலமெங்கும் இறைந்தது நிலவு
பின்பனிக்கு பிந்திய பொழுதில்
பூக்கும் மலர்கள் ஒவ்வொன்றிலும்
காமம் துய்க்கும் வண்டுகளிடம் கேட்டால்
அதனுடைய பாடல் வரிகள்
நிலவைப் பற்றியதாய் இருக்கின்றன

இரவின் வாசம் கிளர்த்துவதால்
திசையேகும் பறவைகளின் பயணம்
கனிமிகும் மரங்களில் முடிந்துவிடுவதாய்
தனித்துப் பறந்த பறவையொன்று சொன்னது

இறகுகள் சேகரிக்கும் தேவதைகள்
காடெங்கும் பேசி நடக்கும் இரவுப் பொழுதினில்
இந்த நிலா வந்து நின்றதால்தான் இத்தனையும்.

49

பூ

பூவைப் பற்றியதாக
எனது பாடல் துவங்குகிறது
செடிகளிடம் பாடிக் காட்டுகிறேன்
வேரிலிருந்து அவிழ்கிறது பூ.

இசையென்பது

பாடலுக்குள்ளே அலையும் அலையாக
வயலின் இசை
எழுதிய குறிப்புகளை வாசித்துப் பார்த்த
முதற் கணத்தில் கலைஞன்
எதுவென்று உணர்ந்திருப்பான் இசையை

இறையென்றா? உயிரென்றா?
காற்றென்றா? சப்தமென்றா?

அடைதல் உணர்தலென்ற இரண்டுக்கும் இடைப்பட்ட
புள்ளியில் அமர்ந்து பிரவகிக்கிறது இசை.

அலைகள்

கடலுக்கு முன் அலைகள் பார்த்து அமர்ந்திருக்கையில்
நினைவுக்கு வருகிறாய் நீ
பாறையில் மோதி உடையும் அலை
எம்மில் எவரின் பிரதிபலிப்பென்று தெரியவில்லை

அலைவரிசை மிகும் கடலின் நடுப்பகுதியில்
என்னைப்போல் ஒரு படகு

நனையாத பாறையின் உச்சியில்
தலை சாய்த்து நிற்கும்
உன்னைப்போல் ஓர் ஒற்றைப் பூ.

அவையே போறல்

பிரியங்களின் பதிவுகளாக இருக்கின்றன பூக்கள்
உன்னை ஞாபகப்படுத்துவதாக இருப்பதால்
மஞ்சள் மலர்களைப் பார்க்காதவன் போல்
கடக்க முடியவில்லை

அடுக்குச் செம்பருத்தியில்
நீ உதடு சுழிக்கிறாய்
ஊடலின்போது கழற்றி எறிந்த பாதக்கொலுசு
ராத்திரி பூக்கும் காட்டு மல்லி

கொன்றையும் புன்னையும்
உன் சேலைத் தலைப்புகள்.

பாடல் பதிவு

மழை விட்டிருந்த பின்னிரவில்
எழுத நினைக்கிறேன் ஒரு பாடல்
காற்று அறிவிக்கிறது உன் கொலுசுச் சத்தம்

என் வீட்டுச் செம்பருத்திப் பூவிலிருந்து
முதல் வரியைத் தொடங்குகிறேன்
உன் சன்னலில் கிடைக்கிறது பின்னணி

மழையைப் பதிவு செய்துகொண்ட
ஒலி நாடாக்களாய்த் தாவரங்கள்
பாடலையும் அதனுள்
பதிவு செய்ய வேண்டும்.

காதற் சிறப்புரைத்தல்

செடிகொடிகளற்ற பாலைவனத்தில்
தனியாய்க் கதறியதுண்டு நான்
நீதான் முதன்முதலில்
முளைத்தது பூத்தது காய்த்தது எல்லாம்

0

மின்சாரமற்ற இரவு நகரமாய் ஆகிவிட்டது
என் இதயம்
என்னையே நான்
மெழுகுவர்த்தியாய் ஏற்றிக்கொள்வது சாபமில்லையா?

0

எத்தனை அழகாய்
காதலை நிராகரிக்கத் தெரிகிறது உனக்கு
எனக்குத்தான் அத்தனைச் சுகமாய்
ஏற்றுக்கொள்ளத் தெரியவில்லை

காதலை மறுக்கவும் மறுத்தலை ஏற்கவும்கூட
காதல் தேவையென்று புரிகிறது.

நிலாக்காலம்

மௌனமாய் அவிழும் பூக்களிலெல்லாம்
சப்தமாய் அலையடிக்க வைக்கிறது நிலா

0

நிலா என்று எழுதுகிறேன் என் முகவரியை
கடிதம் போடுகிறது வானம்

0

நிசப்தமானது நதி
அலைகள் ஏற்படுத்துகிறது நிலா

0

சப்தமற்ற மூங்கில் காடு
புல்லாங்குழலின் ஊதும் துளைக்குள்
சரிகமபதநிச நிலா

0

எல்லா மலர்களும்
பருத்தியுடைக் கட்டிக்கொள்ளும் காலமே
நிலாக்காலம்

காண் என்றது இலை

மேகமற்ற ஆகாய வெளியை
வட்டமடித்து அமரும் பறவைகள்
கணங்கள் ஒவ்வொன்றிலும்
என் தேடலைப் புதுப்பிக்கின்றன

என்னை மீறியதாயிருக்கிறது
என் தொலைதல்

எவர் மீதும் பிரியம் வைத்துவிடுகிற
வெகு இயல்பான இளகல்
இதற்கானக் காரணமாக இருக்கலாம்

நேயத்தைக் குறைத்துக் கொண்டு
தனித்து நடக்கையில்
என்னைக் கவனிப்பதாய்
எதுவுமேயில்லையென மனம் குன்றுகிறது

தரையிறங்குவதற்குள் உதிர்ந்த இலை
எத்தனைத் தத்தளிப்புகளை அடைகிறது
தொலைதலில் தேடலின் சூட்சுமம்
காண் என்றது இலை.

கடவுள்

காடு பார்க்க வான் பார்க்க
கதறிய பெண்ணின்
மகப்பேறு பார்த்த
ஆணிடமிருந்து தோன்றினான் கடவுள்.

தேவதை

இலைகளை அணிந்து
உடம்பினை மறைத்த அன்று
பின்னிரவில் மீண்டும்
தன்னை நிர்வாணப்படுத்திக்கொண்ட
பெண்ணிலிருந்து தோன்றினாள் தேவதை.

நினைவு மீட்டல்

எங்கோ தொலைவில் ஓடுகிற
பெருவெள்ளத்தின் சப்தமாய்
என்னுள் ஆழப் பதிவாகிறது
உன் மெய்ப்பாடுகளுள் ஏதோவொன்று

காலடியில் நெருப்பாய்க் கிள்ளும்
நேற்றைய மழையின் தேங்கல்
உன் நினைவிலிருந்து மீட்கிறதென்னை

வெறுமையுற்று கையிலிருக்கின்ற குடையை
விரித்துப் பிடிக்கிறேன்
நீலத்தைத் தவிர வானில் ஏதுமில்லை.

அருவமே காதல்

யாதுமாகி நிற்கிறேன்
என்னுள் எதுவுமில்லையென்கிறாய்

நிசப்தப் பொருள் நீ
நிழலின் பிம்பம் நீ
மௌன வெளியில் சஞ்சாரிக்கும்
பறவையின் அணுக்கமான பறத்தலின்போது
நதியின் உள்ளலையும் சலனம் நீ
தரையிறங்கும் உதிர்ந்த இலையிலிருந்து
கசியும் காற்று நீ

இப்படியெல்லாம்
அருவங்களாலேயே என்னை
அர்த்தப்படுத்திக் கொண்டிருக்கிறாய்

எனக்குத் தெரியும்
நீ கண்டறிவதற்கான வெட்டவெளியான தன்மை
என்னுள் இல்லையென்பதும்
யாவற்றை விடவும் நிர்மூலம்
ஆகச்சிறந்த அருவம் என்பதும்

ஆகிருதி

புள்ளியாய்த் தெரிகின்ற வரைக்கும்
வானைத் தன் எல்லைக்குட்படுத்தும்
பறவையிடம் காண்
என் பிம்பம், பிரதி, குறியீடு

புள்ளியின் பொருள் அழிதலில் இல்லை
அங்கிருந்துதான் எதன் இயக்கமும்
தொடக்கமும் தேடலும்.

மாயா

எதையோ அடைந்து விடுதலின் மோகத்தில்
நிலை கொள்ளாத தவிப்புகளடங்கிய தனிமை
ஊதா பறவைகள் புணர்ந்து களித்த
கறுத்த மரத்தின் பெருங்கிளையாய்க்
கனத்தது உடம்பு

திடீரென உள்பரவும் காற்றால்
மேலும் சிவக்கிறது கங்கு
உன் அதீதம் அதனுள் விழுந்து உருமாறுகிறது
அணங்காய் விலங்காய் யாதுமாய் மாயமாய்.

இரவு

பசித்து அலையும் கொடூர விலங்காய்
உருக்கொள்கிறது இரவு
புலன் கலைக்கும் காட்டுப் பூக்களின் நெடியில்
கூம்பிச் சிதைகிறது மனம்

வெறுமைச் சூழ்ந்த தனிமை
என்னை இரையாக்குவதைத்
தன் நிறைவின்மையில் பதிவு செய்யும்
தேய்ந்த பின்னரவு.

இயல்பு

பறவைகளின் வருகையால்
சிலிர்த்த மரங்களில் கண்டேன்
இலைகளும் பூக்களும்
உதிர்ந்து போகக்கூடிய ஒரு பருவம்

வரையப்பட்ட நவீன கோட்டுச் சித்திரமாய்
கிளைகள் கொண்டு நின்ற மரங்களில்
தழும்புகள் உடைவுகள்
பிறகொரு கோடைக்கு நேர்ந்த
வசந்தங்களென்று வியப்புகள் கூடின

தொலைவதற்கான சூழலில்
தன்னிருப்புக்கான தேடல்
உயிர்ப்போடுதான் இருக்கிறது.

சிதைவுகள்

கனவு நாட்களில் வரும்
பெயர் தெரியாத சோகம்
கார்காலமெனக் கிடக்கச் செய்கிறது நெஞ்சை

தூறல் விழத் தொடங்கலாமென்ற
அறிவிப்போடு பறக்கின்ற
ஒற்றைப் பறவையிடம் எதையும்
சொல்லியனுப்பவில்லை நான்

நம் நெருக்கமும் இணக்கமும்
பார்த்தறிந்திடாத பறவைகள்
அதிகமிருக்கின்ற நிலம் எம்முடையது

உன்னை ஞாபகப்படுத்துவதற்கென்றே
பருவம் தவறிப் பெய்யும் மழையில்
காடாய்ச் சிதைகிறேன்
என் மெய்ப்பாட்டை இயல்பாய் ஒப்பிக்க
எந்தப் பறவையால் முடியும்?

குடைதல்

தாளக்கட்டுக்குள் அடங்காத இசையால்
இயற்கையை ஆக்ரமிக்கும் மழைபோல்
தொடங்கியது நம் இணக்கம்

குடைகளாய் விரிந்தன நாட்கள்
வேனிற்பருவத்தின் இலைகளாய் இருந்தோம் நாம்
லாவகத்தன்மையோடு மாயம் காட்டிப் பறந்தது குடை

உன்னுள் தொடங்கி என்னுள்
பெருக்கெடுத்த வெள்ளத்தில்
சருகுபோல் உதிர்ந்தோடியது
இருவருக்குமான சுயம்

கடைசியாய் நேர்ந்த பிரிவைப்போல்
எதுவுமில்லை அனிச்சையாய்.

காற்றின் ஒலி

முகடுகளில் நின்று
தனித்தவனாய்க் குழலூதுகின்றேன்
நிசப்தத்தில் கட்டுண்டது சராசரம்

திசை மறந்த பறவையொன்று
சோகம் தொனிக்க தன் பாடலைத் தொடங்கியபோது
எனதருகில் கடந்தது மேகம்

மழையும் இசையும்
ஒரே கோட்டில் பதிவானபோது
புல்லாங்குழலின் துளைகளின் வழி
சிதறியது காற்றின் ஒலி.

தனிமை

ஒரு பின்மதிய தனிமையைப் பற்றிய
வரைபடம் இது

மாம்பூக்களை உதிர்த்துக் கொட்ட
கோடை மழையின் வருகை நேர்ந்த கணத்தில்
கறுப்பு வெள்ளைப் புகைப்படம் போலிருந்த அறைக்குள்
வன்மம் கொண்டது மனம்

இலைகளின் நிழல் கிழக்கில் படியும் சமயம்
உடலின் மெய்ப்பொருள் மீது வெப்பம் திரண்டு
அறை தீக்கங்கானது
மழையின் இருப்பைப் புலன் பொருட்படுத்தவில்லை
பருவத்தின் ஆகிருதி அறியாது பெய்தது மழை

பித்து நிலை

புலன்கள் அவிழ்ந்து திரியும்
தூக்கம் வராத இரவுகளில்
மோகம் கசியும் தொனியிலேயே
குயில்கள் பாடுகின்றன

தெரிவைப் பருவத்தின் சிதைவுகளை
ருதுவெய்திய நாளின் வலியிலிருந்து
வேறுபடுத்திப் பார்க்கையில்
அழிந்து போகிறது பெண்ணியல்பு

கசந்து போகின்றபடி இருக்கிறது
பிறர்க்காக ஏமாற்றிக்கொள்ளும் தருணம்

மனமும் வயதும் பின்வாங்க முயற்சித்தும்
குருதியின் இயங்குதல் கொடுமையாய் இருக்கிறது
என் அவயங்களின் வெம்மையை தணிக்க
பாம்பின் நாவில் அரைக்கிறேன் மருதாணி

கைக்கிளையறிதல்

ஒருதலைக் காமத்தால் தோற்றுப்போனவனின்
இரவுகளை எனதாக்கிப் பார்த்தேன்
கொடியதாய்த் தோன்றவில்லை உன் பிரிவு

நம் நிஜமான ஆலிங்கனத்தை விடவும்
அவன் கற்பனை செய்த தழுவல்
வெப்பம் பிரவகிப்பதாய் இருக்கிறது.

கிளைக் குறிப்பு

அமர்வதுபோல் பாவித்து
பறந்து விடுகிற பறவையின் அதிர்வை
மெல்லிய கிளைகள் எப்படி வெளிப்படுத்தும்?
0
இலையுதிர் காலத்தின் வெறுமை
தரையில் படியும்
நிழலால் குறையும்.
0
பறவைகள் கலவி புரிந்திடும்போதெல்லாம்
கிளைகளில் இலைகள்
உதிருமா? துளிர்க்குமா?
0
நிரந்தரமாகக் கூடமைத்துத் தூங்கும் பறவையாலும்
பூக்கும் காலங்களில் மட்டும் வரும் தும்பியாலும்
எக்காலமும் உள்ளலையும் காற்றாலும்
தீர்ந்து போகாமல் இருக்கிறது
மரத்தின் வாலிபம்.

அகதிச் சொல்

ஆண்டொரு பருவம் தேர்வு செய்து
உயிர்த்த புலத்தின் அடையாளமின்றி
வேற்று நிலத்தில் வாழ்தலும்

வானமளக்க சிறகு முற்றிடின்
ஈன்ற சின்னப் பறவைகளை
மறந்து போதலும் என

பறவைகளுக்குச் சாத்தியப்படக்கூடிய
இரண்டு விடயங்களில் மோகித்துக் கிடக்கிறேன்.

ஆழி கடந்து வாழ்கிற வாழ்வில்
தலைக்கு மேலே பறக்கிற ஏதோவொன்று
என் நிலத்துப் பறவையாக இருந்து விடுவதும்,
இருண்டு நகர்கிற கனத்த முகில்கள்
நேற்றென் நிலத்தில் பெய்தவையாகத் தோன்றுவதும்
பெயர்ந்த புலத்தில் எனதிருப்பைக் கசப்பாக்குகின்றன.

பிரிவாற்றாமை

சகதியாய்ச் சுண்டிய குளத்தில்
பிய்ந்த *கத்தாவுடன் நானொருத்தியும் இறங்கினேன்
துள்ளித் துவண்ட மீன்குஞ்சுகள்
சற்றைக்கெல்லாம் கரையில் வீச்சமெடுத்தன

குச்சுக்குள் ஒதுங்கின காலத்திய என் விழாவுக்கு
நீ கொடுத்த முறைச்சேலை சேற்றால் கனத்தது
பிடித்த மீன்களை ஆற்றில் அலசிச் செதிலெடுக்கையில்
சுட்டுவிரலில் கெளுத்தி குத்தியது

கொப்பளித்த இரத்தத்தை உறிஞ்ச முனைகையில்
உயிரில் நிறைகிறதுன் ஞாபகம்
உடம்பை முகர்ந்து
மீன்கவிச்சையும் சேற்றின் மணமும் சொல்லும் நீ
வருவதாய்ச் சொன்ன பருவத்தின் அறிகுறி
எதுவுமே இல்லை இந்தக் கோடையில்

கொதித்த குழம்பு ஊரையே வளைக்க
ஒண்டியாய் ஆக்கித் தின்றேன்

---

*கத்தா   மீன்பிடிக்கப் பயன்படும் ஒரு கருவி

www.ingramcontent.com/pod-product-compliance
Lightning Source LLC
Chambersburg PA
CBHW020752160726

47993CB00006B/2734

* 9 7 8 9 3 8 8 8 6 0 0 8 6 *